Talandi um

Johanna Merkle

Talandi um

Übungsbuch zur Aussprache des Isländischen

Schmetterling Verlag

Bibliografische Informationen der Deutschen Nationalbibliothek
Die Deutsche Nationalbibliothek verzeichnet diese Publikation in der Deutschen Nationalbibliografie; detaillierte Daten sind im Internet über http://dnb.d-nb.de abrufbar.

Die Audioaufnahmen zum Übungsbuch finden Sie in Form eines kostenpflichtigen MP3-Downloads unter: www.schmetterling-verlag.de

Ferner finden Sie online ein kostenloses Spiel zur Aussprache (mit MP3-Download).

Schmetterling Verlag GmbH
Libanonstr. 72A
70184 Stuttgart
www.schmetterling-verlag.de
Der Schmetterling Verlag ist Mitglied von aLiVe.

ISBN 3-89657-813-8
1. Auflage 2023
Printed in Bulgaria

Illustrationen: Annett Weissinger
MP3-Aufnahmen: Þorbjörn Björnsson
Satz und Reproduktionen: Schmetterling Verlag
Druck: Multiprint, Kostinbrod

Efnisyfirlit Inhaltsverzeichnis

Die Audioaufnahmen zum Übungsbuch finden Sie in Form eines kostenpflichtigen MP3-Downloads unter: www.schmetterling-verlag.de

Ferner finden Sie online ein kostenloses Spiel zur Aussprache (mit MP3-Download).

Inngangur Einleitung

Lernerinnen und Lerner des Isländischen kennen sicher das Problem: Hakt es bei der richtigen Aussprache, läuft man schnell Gefahr, vom isländischen Gegenüber nicht ernst genommen zu werden und die Konversation wird schon bald auf Englisch fortgeführt. Anders als im Englischen oder im Deutschen gibt es im Isländischen kaum Aussprachevarianten und daher ist eine akzentfreie Aussprache umso wichtiger.

Die Idee zu diesem Übungsbuch basiert auf Erfahrungen, die ich selbst als Lernerin gemacht habe. Meine Neugier konnte damals aufgrund von zu wenig Übungsmaterial nicht ausreichend befriedigt werden. Bis heute mangelt es an zeitgemäßen Lehrwerken für die isländische Sprache.

Talandi um bietet Erklärungen und einfache Hinführungen zur Aussprache einzelner Laute, die für Sprecherinnen und Sprecher des Deutschen schwierig und ungewohnt sind. **Zum Buch gibt es einen kostenpflichtigen MP3-Download unter www.schmetterling-verlag.de.**

In den Kapiteln folgen Übungen zu Lautdistinktion und Lautidentifikation. Dazu werden ausreichend Sprechübungen geboten, die auch aus Zungenbrechern, Sprichwörtern und Gedichten bestehen. Das Inhaltsverzeichnis gibt Hinweise auf die Schwerpunkte der Kapitel, sodass auch gezielt Übungen nachgeschlagen und praktiziert werden können, wenn bestimmte Laute geübt werden sollen. Die Kapitel sind so aufgebaut, dass Laute für sich allein, in Wortverbindungen und in Sätzen oder Texten trainiert werden. Die Übungen zielen darauf ab, das Hören eines Lauts zu verbessern, seine Aussprache einzuüben und die Artikulation zu verdeutlichen, zum Beispiel durch das Beobachten des eigenen Sprechens vor dem Spiegel.

Dieses Übungsbuch ist auch für Anfängerinnen und Anfänger geeignet, da der Fokus der Übungen auf der Aussprache und nicht auf Inhalt und Bedeutung liegt. Die Übungen in diesem Buch lassen sich mit geringen Vorkenntnissen des Isländischen machen, da sie auf dem Grundwortschatz basieren. Doch auch fortgeschrittene Lernerinnen und Lerner kommen auf ihre Kosten und können sich gezielt ihren spezifischen Schwierigkeiten widmen.

Am Ende des Buches wird ein Überblick über den Lautvorrat des Isländischen gegeben. Dieser ist ansprechend und übersichtlich aufbereitet und somit auch für all jene verständlich, die keine sprachwissenschaftlichen Kenntnisse haben.

Als Trainingsmaterial für den Unterricht oder zur Abendunterhaltung von Nordistinnen und Nordisten findet sich unter www.schmetterling-verlag.de ein kostenloses Spiel zum Ausdrucken, das in zwei Schwierigkeitsstufen gespielt werden kann.

Góða skemmtun við framburðaræfingarnar!

Jóhanna Merkle

Talandi um 1

H 1.1

Texti Text

Hlustaðu og lestu textann. Taktu eftir hljóðfalli og áherslu.

Hör zu und lies den Text. Achte auf Satzmelodie und Betonung.

Góðan daginn! Ég heiti Maria. Ég er íslenskunemandi frá Þýskalandi.
Ég er frá München í Þýskalandi.
Núna bý ég í gamla Vesturbænum í Reykjavík og er í skóla á Íslandi til að læra íslensku.
Ég tala enn sem komið er bara pínulitla íslensku en mér finnst samt alltaf gaman að vera á Íslandi!
Best finnst mér að ferðast hringinn í kringum landið. Í sumar ætla ég að fara til Akureyrar. Ég ætla að vera á Akureyri í tvo daga og fara svo aftur til Reykjavíkur.

Hlustaðu aftur á textann. Sönglaðu með. Hlustaðu aftur og merktu við áherslur orðanna. Hvar eru áhersluatkvæðin?

Hör dir den Text noch einmal an. Summe mit. Hör noch einmal zu und markiere die betonte Silbe der Wörter. Auf welcher Silbe werden die Wörter betont?

Die Betonung liegt immer auf der ..... Silbe des Wortes.

Hlustaðu aftur á textann og endurtaktu.

Hör dir den Text noch einmal an und sprich mit.

H 1.2

Tannbergsmælt *rrrrrrrr* Das zungengerollte *rrrrrrrr*

Settu dráttarvélina í gang!

Starte den Traktor!

D D D D D D D D D D D D D D D D D D D D D D D D D D D D D D D
DR DR DR DR DR DR DR DR DR DR DR DR DR DR DR DR DR DR DR
RRRRRRRRRRRRRRRRRRRRRRRRRRRRRRRRRRRRRRRRR

Drottningin dró dráttarvél úr drullu.

H 1.3

Vísa Gedicht

Hlustaðu á stafrófsvísuna. Hlustaðu aftur og endurtaktu.

Hör das Alphabetgedicht an. Hör das Gedicht noch einmal an und sprich mit.

Íslensk stafrófsvísa

A, á, b, d, ð, e, é,
f, g, h, i, í, j, k.
L, m, n, o, ó og p
eiga þar að standa hjá.

R, s, t, u, ú, v næst,
x, y, ý, svo þ, æ, ö.
Íslenskt stafróf er hér læst
í erindi þessi skrítin tvö.

(Þórarinn Eldjárn)

H 1.4

Tungubrjótur Zungenbrecher

Barbara bar Ara araba bara rabarbara.

Talandi um 2

Þþ, Ðð?

So sprichst du die isländischen Buchstaben **þ** und **ð** aus:

Sprich das Wort «lispeln» lispelnd aus. Lege dabei die Zunge für den **s**-Laut unter die oberen Schneidezähne. Halte diesen verwandelten **s**-Laut mit der Zunge an den Schneidezähnen. Das ist der Laut zum Buchstaben **þ** (Þorn)!
Das **ð** ist die stimmhafte Version des **þ**. Lege also wieder die Zunge beim gelispelten **s**-Laut an die oberen Schneidezähne und gib Stimme dazu.

H 2.1

Texti Text

Hlustaðu á textann og lestu með. Taktu eftir framburði stafanna *ð* og *þ*.

Hör dir den Text an und lies mit. Achte dabei auf die Aussprache der Buchstaben *ð* und *þ*.

Þa**ð** var fallegt ve**ð**ur á **Þ**ingvöllum og í **Þ**órsmörk **þ**egar vi**ð** fer**ð**u**ð**umst um Ísland. **Þ**ór hefur veri**ð** á ö**ð**rum stö**ð**um en ve**ð**ri**ð** **þ**ar var **þ**ví mi**ð**ur vont. A**ð** sjálfsög**ð**u er **þ**ér bo**ð**i**ð** a**ð** heimsækja okkur til **Þ**ýskalands! Vi**ð** ver**ð**um **þ**á reyndar a**ð** gera eitthva**ð** anna**ð** en vi**ð** ger**ð**um **þ**essa sí**ð**ustu daga. **Þ**akka **þ**ér fyrir kvöldi**ð**!

Hlustaðu aftur á textann og endurtaktu.

Hör dir den Text noch einmal an und sprich mit.

H 2.2

Aðgreining Distinktion

Hlustaðu. Hvaða hljóð heyrirðu? Hljóðin koma annaðhvort fram í byrjun orðs eða inni í orði. Krossaðu við hljóðið. Hlustaðu aftur og skrifaðu svo orðið. Hlustaðu að nýju og endurtaktu.

Hör zu. Welchen Laut hörst du? Die Laute sind entweder am Anfang des Wortes oder im Wort. Kreuze den Laut an. Hör noch einmal zu und schreibe das Wort auf. Hör noch mal zu und sprich mit.

ð	þ	s	f

ð	þ	s	f

H 2.3

Spegill, spegill, herm þú mér Spieglein, Spieglein an der Wand

Hlustaðu og merktu við hljóðin *þ* og *ð*. Stattu fyrir framan spegil, hlustaðu aftur á setningarnar og endurtaktu þær. Taktu eftir hljóðmynduninni.

Hör zu und markiere die Laute *þ* und *ð*. Stelle dich vor den Spiegel, hör dir die Sätze noch einmal an und sprich mit. Beobachte dabei deine Artikulation.

1. Þór ætlar að fara þangað til að borða eitthvað.
2. Það er gott veður á Þingeyri í dag.
3. Að sjálfsögðu kemur Þóra með.
4. Því miður er kalt í dag.
5. Hver þeirra hefur farið á þennan stað? Þeir eða þær?

H 2.4

Raddað? Stimmhaft?

Hlustaðu. Er *r* raddað eða óraddað? Krossaðu við. Hlustaðu aftur og skrifaðu orðin. Hlustaðu á ný og endurtaktu.

Hör zu. Ist das *r* stimmhaft oder stimmlos? Kreuze an. Hör noch einmal zu und schreibe die Wörter auf. Hör ein weiteres Mal zu und sprich mit.

raddað	óraddað

raddað	óraddað

Vor **p**, **t**, **k**, **s** ist das **r** ....

Ob du einen Laut stimmlos oder stimmhaft aussprichst, erkennst du, wenn du deine Finger auf den Kehlkopf auflegst. Sprich den Laut, zum Beispiel ein stimmhaftes **l**, und spüre die Vibration. Bei stimmlosen Lauten ist keine Vibration zu spüren.

H 2.5

Tungubrjótur Zungenbrecher

Það fer nú að verða verra ferðaveðrið.

Barði barði Barða á Barði.

H 2.6

Málsháttur Sprichwort

Hreinir reikningar gera góða vini.

Einhvers staðar verða vondir að vera.

Talandi um 3

H 3.1

Texti Text

Hlustaðu á textann og lestu með. Taktu eftir framburði stafanna *a*, *á* og *ang* eða *ank*.

Hör dir den Text an und lies mit. Achte dabei auf die Aussprache der Buchstaben *a*, *á* und *ang* bzw. *ank*.

Mamma og pabbi ganga upp á fjall í dag og vilja hafa það gaman og gott. Dagurinn í dag var langur. Áður en þau fóru á fjallið bönkuðu þau upp á í skálanum til að fá sér samloku. Pabbi hafði gleymt að taka út pening í Landsbankanum og gat næstum því ekki borgað fyrir samlokurnar. Núna er hann blankur.

Hlustaðu aftur og endurtaktu.

Hör dir den Text noch einmal an und sprich mit.

H 3.2

Á ferð um Ísland Reise um Island

Lestu örnefnin og skrifaðu nöfnin við tölurnar á kortinu. Hlustaðu á lausnina. Hlustaðu aftur á lausnina og endurtaktu hana.

Lies die Ortsnamen und ordne sie den Zahlen in der Karte zu. Hör dir die Lösung an. Hör die Lösung noch einmal an und sprich mit.

Þingvellir	Keflavík	Kirkjubæjarklaustur	Skálholt
Snæfellsnes	Þjóðminjasafnið	Vestmannaeyjar	Vestfirðir
Seyðisfjörður	Akureyri		

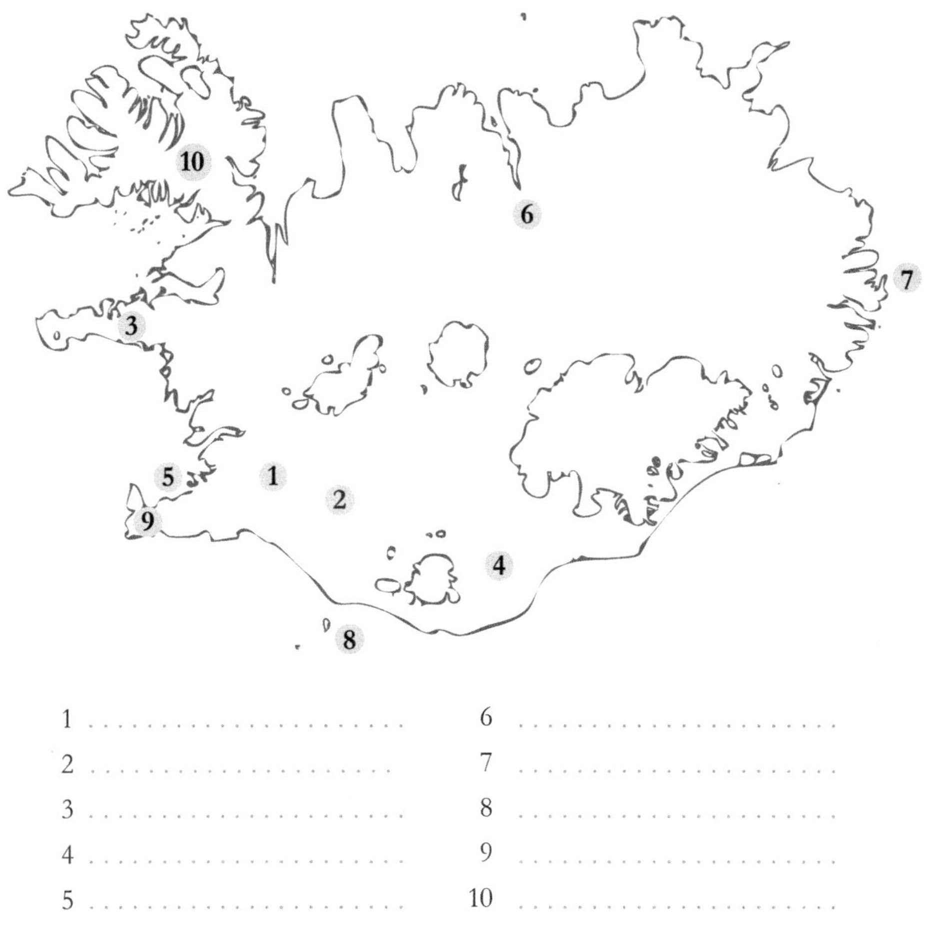

1	....	6	....
2	....	7	....
3	....	8	....
4	....	9	....
5	....	10	....

H 3.3

Spegill, spegill, herm þú mér Spieglein, Spieglein an der Wand

Hlustaðu og merktu við stafinn æ. Stattu fyrir framan spegil, hlustaðu aftur á setningarnar og endurtaktu þær. Taktu eftir hljóðmynduninni.

Hör zu und markiere den Buchstaben æ. Stell dich vor den Spiegel, hör dir die Sätze noch einmal an und sprich mit. Beobachte dabei deine Artikulation.

Eiginlega leitaði hún til læknis til að hætta að reykja. En nú vill læknirinn rannsaka eyru hennar.
Vinsæli gaurinn lærir ekkert í skólanum. Hann geymir sælgæti í kæliskápnum.
Vísindamenn mæla jarðhræringar og meta hvaða svæði séu áhættusvæði.

H 3.4

Raddað? Stimmhaft?

Hlustaðu. Er *l* raddað eða óraddað? Krossaðu við. Hlustaðu aftur og skrifaðu orðin.

Hör zu. Ist das *l* stimmhaft oder stimmlos? Kreuze an. Hör noch einmal zu und schreibe die Wörter auf.

raddað	óraddað		raddað	óraddað	
		....			....
		....			....
		....			....
		....			....
		....			....
		....			....

Vor p, t, k ist das l ....

Myndaðu óraddað *l*:

Bilde den stimmlosen *l*-Laut:

Atme ein, lege die Zungenspitze oben an den harten Gaumen und atme durch den Mund aus.

Hlustaðu aftur á orðin og endurtaktu.

Hör dir die Wörter noch einmal an und sprich mit.

H 3.5

Tungubrjótur Zungenbrecher

Það er langur gangur fyrir hann svanga Manga
að bera þang í fangi fram á langa tanga.
Árni á Á á á á Beit (við á).
Ég ætla að læra íslensku á Ísafirði.

H 3.6

Málsháttur Sprichwort

Allar ár renna til sjávar.

Talandi um 4

Aðblástur Präaspiration

So sprichst du die Doppelkonsonanten **pp, tt, kk** aus:
Atme durch den Mund aus und spreche den Laut **p** – achte darauf kein «**pe**» sondern ein «**p**» ohne den typischen Hauchlaut am Ende zu sprechen. Wiederhole den Vorgang mit den Lauten **t** und **k**. Wiederhole die Übung und sprich nun beim Ausatmen ein lautes ha. Happ, hatt, hakk.

H 4.1

Upp með puttana! Daumen hoch!

Finndu orðin sem eru með aðblæstri. Merktu við stafina. Hlustaðu aftur og lestu með. Hlustaðu að nýju og endurtaktu.

Finde die Wörter mit Aspiration. Unterstreiche die Buchstaben. Hör sie dir dann an und lies mit. Hör sie noch einmal an und sprich nach.

gluggi	krakki	krabbi
fréttir	liggja	keppni
labba	súkkulaði	lappir

Die Präaspiration erfolgt vor den Lauten ....

H 4.2

Aðgreining Distinktion

Hvaða hljóð heyrir þú? Krossaðu við. Hlustaðu aftur á orðin og skrifaðu þau. Hlustaðu á ný og endurtaktu.

Welchen Laut hörst du? Kreuze an. Hör dir die Wörter noch einmal an und schreibe sie auf. Hör noch mal zu und sprich nach.

gg	kk

bb	pp

dd	tt

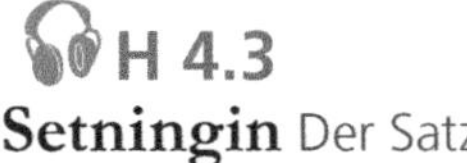

H 4.3

Setningin Der Satz

Hlustaðu á setninguna og lestu með. Hlustaðu aftur og endurtaktu. Endurtaktu setninguna fimm sinnum.

Hör dir den Satz an und lies mit. Hör den Satz ein weiteres Mal an und sprich ihn nach. Wiederhole den Satz fünfmal.

Þetta reddast!

H 4.4

Texti Text

Hlustaðu á textann og lestu með. Taktu eftir framburði stafanna *kk, pp, tt.* Hlustaðu aftur á textann og endurtaktu.

Hör den Text an und lies mit. Achte auf die Aussprache der Buchstaben *kk, pp, tt.* Hör den Text noch einmal an und sprich mit.

Pabbi ætlar að flytja með krö**kk**unum frá Reykjavík til Sty**kk**ishólms. En þeir eru e**kk**i enn þá flu**tt**ir af því að það er erfi**tt** að skipuleggja flutninginn. Þeir hafa nefnilega yfirlei**tt** engar u**pp**lýsingar um svæðið. Þess vegna horfa þeir á sjónvarpsþæ**tt**i og fré**tt**irnar til að fá u**pp**lýsingar um Sty**kk**ishólm og nágrenni. Þeir sofa lítið sem e**kk**ert alla nó**tt**ina. Um morguninn sla**pp**a þeir af og pa**kk**a niður í töskurnar. «Gott og vel! Það er samþy**kk**t!» segir pabbi og þeir setja kassana í je**pp**ann. Á ferðinni hlusta þeir á ra**pp**tónlist, borða sú**kk**ulaði og dre**kk**a a**pp**elsín. Þeir verða po**tt**þétt komnir til Sty**kk**ishólms klu**kk**an ei**tt**. Þvílík u**pp**lifun!

H 4.5

Veggjakrot Graffiti

Lestu orðin. Hlustaðu á þau (sum eru lesin oftar en einu sinni). Tengdu punktana með striki í þeirri röð sem þú heyrir þau. Hlustaðu aftur og endurtaktu.

Lies dir die Wörter durch. Hör sie dir dann an (manche werden mehrmals vorgelesen). Verbinde die Punkte in der Reihenfolge der gehörten Wörter mit einem Strich. Hör dir die Wörter noch einmal an und sprich mit.

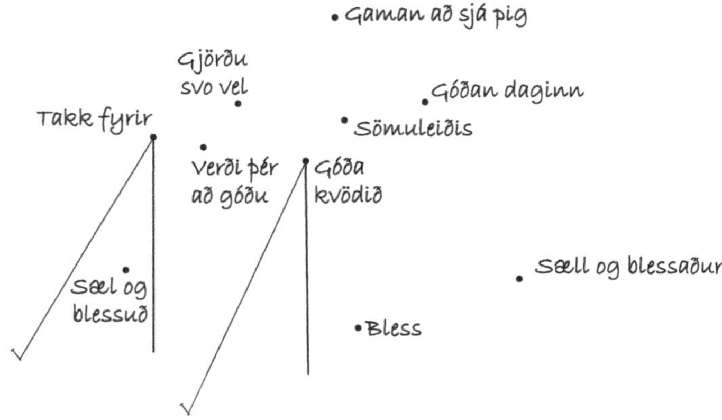

H 4.6

Tungubrjótur Zungenbrecher

Grettir datt í lukkupottinn.

Frank Zappa í svampfrakka.

H 4.7

Málsháttur Sprichwort

Ekki er vert að þakka áður en maður smakkar.

Sjálfsmat Selbsteinschätzung

Lestu textann 4.4 aftur upphátt og taktu upp. Hlustaðu svo á hljóðskrána og reyndu að leiðrétta framburð þinn.

Lies den Text 4.4 noch einmal laut vor und nimm deine Stimme dabei auf. Hör dir die Tondatei an und versuche deine Aussprache zu korrigieren.

 Talandi um 5

H 5.1

Texti Text

Hlustaðu á textann og lestu með. Takktu eftir framburði stafanna *ö, au, u*. Hlustaðu aftur á textann og endurtaktu.

Hör den Text an und lies mit. Achte auf die Aussprache der Buchstaben *ö, au, u*. Hör den Text noch einmal an und sprich mit.

Örninn söng tvö lög. Röddin hans var töff. Stuttu síðar flaug örninn burt.
Í haust rupluðu tveir gaurar stundum fötunum hennar mömmu austan við laugina.
Í raun og veru var Unnur rauð og föl í framan áður er hún fór í sund.
Ósköp mörg pör hittust í haust. Eruð þið ekki öll í stuði?

 H 5.2

Gáta Rätsel

Hlustaðu á gátuna. Taktu vel eftir tónfallinu. Hlustaðu aftur og lestu með.

Hör dir das Rätsel an. Achte besonders auf die Satzmelodie. Hör noch einmal zu und lies mit.

Málið mitt er mö, mö, mö,
mjólk ég hef að færa í bú.
Barn mitt segir bö, bö, bö.
Ber ég hala og gettu nú.
(unbekannter Autor)

H 5.3

Beyging Deklination

Fylltu upp í beygingarlýsingarnar. Hlustaðu á lausnina. Hlustaðu aftur og endurtaktu.

Vervollständige die Deklinationstabellen. Hör dir die Lösung an. Hör ein weiteres Mal zu und sprich mit.

	eintala	fleirtala
nefnifall	barn	
þolfall	barn	
þágufall	barni	
eignarfall	barns	barna

	eintala	fleirtala
nefnifall		gjafir
þolfall		gjafir
þágufall		
eignarfall	gjafar	gjafa

	eintala	fleirtala
nefnifall	köttur	kettir
þolfall		ketti
þágufall	ketti	
eignarfall	kattar	katta

H 5.4

Spurningin Die Frage

Svaraðu spurningunum. Hlustaðu á lausnina. Hlustaðu aftur og endurtaktu.

Beantworte die Fragen. Hör dir die Lösung an. Hör ein weiteres Mal zu und sprich mit.

illa	allt ágætt	sæmilegt

Hvað segir þú gott? ☺ Ég segi . . . .

Hvernig hefur þú það? 😐 Ég hef það . . . .

Hvernig líður þér? ☹ Mér líður . . . .

H 5.5

Raddað? Stimmhaft?

Hlustaðu. Er *n* raddað eða óraddað? Krossaðu við. Hlustaðu aftur og skrifaðu orðin.

Hör zu. Ist das *n* stimmhaft oder stimmlos? Kreuze an. Hör noch einmal zu und schreibe die Wörter auf.

raddað	óraddað		raddað	óraddað	
		. . . .			. . . .
		. . . .			. . . .
		. . . .			. . . .
		. . . .			. . . .
		. . . .			. . . .

Vor **p**, **t**, **k** ist das **n** . . . .

Myndaðu óraddað *n*:

Bilde den stimmlosen *n*-Laut:

Atme ein, lege die Zungenspitze oben an den harten Gaumen und atme durch die Nase aus.

Hlustaðu aftur á orðin og endurtaktu þau.

Hör dir die Wörter noch einmal an und sprich mit.

H 5.6

Málsháttur Sprichwort

Morgunstund gefur gull í mund.

Talandi um 6

Eyjafjallajökull?

So sprichst du das **ll** mit Dentaleinschub und stimmlosem **l**-Laut [dl̥] aus:
Atme ein, lege die Zungenspitze oben an den harten Gaumen, atme durch den Mund aus. Wiederhole das und deute nun einen Dental (**D**) an, bevor du durch den Mund ausatmest.

Ausnahmen der Aussprache von **ll**: In Fremdwörtern und Spitznamen wird kein Dental eingeschoben. Das Doppel-l wird «normal» ausgesprochen. An Morphemgrenzen (also bei zwei Wörtern, die zusammengesetzt wurden, z.B. bíllykill) wird auch kein Dental eingeschoben. Der Dental entfällt ebenfalls, wenn das **ll** vor **t**, **s** oder **d** steht.

H 6.1

Aðgreining Distinktion

Hvaða hljóð kemur fyrir í orðunum? Krossaðu við. Hlustaðu síðan á orðin og athugaðu hvort þú krossaðir við réttu orðin. Hlustaðu aftur og endurtaktu.

Welchen Laut erwartest du? Kreuze an. Hör dir dann die Wörter an und kontrolliere, ob du richtig lagst. Hör dir die Wörter noch einmal an und sprich mit.

ll	ll [dl/dl̥]	
		millimetri
		rúllugardína
		gallabuxur
		kjóll

ll	ll [dl/dl̥]	
		myllumerki
		sundhöll
		snjallsími
		verkfall

Jólasveinn?

So sprichst du das **nn** mit Dentaleinschub und stimmlosem **n**-Laut [dn̥] aus:
Atme ein, lege die Zungenspitze oben an den harten Gaumen, atme durch die Nase aus. Wiederhole das und deute nun einen Dental (**D**) an, bevor du durch die Nase ausatmest.

H 6.2
Aðgreining Distinktion

Hvaða hljóð er í orðunum? Krossaðu við. Hlustaðu á orðin og athugaðu hvort þú krossaðir við réttu orðin. Hlustaðu aftur og endurtaktu.

Welchen Laut erwartest du? Kreuze an. Hör dir dann die Wörter an und kontrolliere, ob du richtig lagst. Hör dir die Wörter noch einmal an und sprich mit.

nn	nn [dn]/[dn̥]	
		steinn
		kennsla
		kanna
		ljósgrænn

nn	nn [dn]/[dn̥]	
		tónn
		æðardúnn
		finna
		einnig

H 6.3
Texti Text

Hlustaðu á textann og lestu með. Taktu eftir framburði stafanna *ll* og *nn*. Hlustaðu aftur á textann og endurtaktu.

Hör den Text an und lies mit. Achte auf die Aussprache der Buchstaben *ll* und *nn*. Hör den Text noch einmal an und sprich mit.

Hann er kallaður Aðalsteinn. Aðalsteinn býr á Spáni. Spánn er fallegt land í Suður-Evrópu. Á sumrin fer hann með flugvél til Íslands. Flugvélin lendir á flugvellinum í Keflavík. Fyrir framan flugvallarbygginguna situr Aðalsteinn aleinn á steini á milli bílanna og les ævintýri úr *Þúsund og einni nótt.*

H 6.4
Gælunöfn Spitznamen

Lestu gælunöfnin og skrifaðu þau við nöfnin sem eiga við. Hlustaðu síðan á lausnina.

Lies die Spitznamen und schreibe sie den zugehörigen Namen zu. Hör dir dann die Lösung an.

Sigga	Ragga	Solla	Jóa	Stína	Malla	Gunna	Ella	Silla	Gulla

Málfriður	. . . .	**Guðlaug**	. . . .
Elín	. . . .	**Sigurlaug**	. . . .
Sólveig	. . . .	**Sigríður**	. . . .
Jóhanna	. . . .	**Kristín**	. . . .
Guðrún	. . . .	**Ragnheiður**	. . . .

Hlustaðu aftur og lestu svo nöfnin og gælunöfnin. Hlustaðu að nýju og endurtaktu.

Hör ein weiteres Mal zu und lies die Eigennamen und ihre Spitznamen noch einmal. Hör noch einmal zu und sprich mit.

H 6.5

Texti Text

Hlustaðu og lestu með. Merktu *ll* og *nn* þegar það er borið fram sem tannmælt og raddað eða óraddað [dl]/[dn] / [dl̥]/[dn̥]. Hlustaðu aftur og endurtaktu.

Hör zu und lies mit. Markiere, wann *ll* und *nn* mit Dentaleinschub [dl]/[dn] / [dl̥]/[dn̥] ausgesprochen werden. Hör noch ein weiteres Mal zu und sprich nach.

Alli hellir upp á kaffi og drekkur einn bolla.
Solla sullar niður kaffinu en Nonni kannar málið.
Hann Gunni kann að dansa. Ballerínan dansar einu sinni enn við hann. En honum finnst betra að dansa aleinn.
Hvar er bíllykillinn? Hann er í bílnum.
Gallabuxurnar kostuðu milljón dollara.
Ekki tala með fullan munninn!

H 6.6

Tungubrjótur Zungenbrecher

Eyjafjallajökull er uppáhaldseldfjallið mitt!

H 6.7

Málsháttur Sprichwort

Ekki er allt gull sem glóir.
Augað er spegill sálarinnar.

Talandi um 7

H 7.1

Með punkti eða með gati? Mit Punkt oder mit Loch?

Hlustaðu. Taktu vel eftir sérhljóðunum *í*, *i* og e. Hlustaðu aftur og endurtaktu.

Hör zu. Achte auf die Vokale *í*, *i* und e. Hör noch einmal zu und sprich mit.

lím	býð	líst	víl	sýð	rím	vísa	hlíð
lim	bið	list	vil	sit	rim	viss	hlið
lem	beð	lest	vel	set	rem	vesen	hleð

H 7.2

Með punkti eða með gati? Mit Punkt oder mit Loch?

Hlustaðu. Hvaða hljóð heyrirðu? Krossaðu við. Hlustaðu aftur og skrifaðu síðan orðið. Hlustaðu að nýju og endurtaktu.

Hör zu. Welchen Laut hörst du? Kreuze an. Hör ein weiteres Mal zu, schreibe das Wort auf. Hör noch einmal zu und sprich mit.

e	i	í		e	i	í	
			....				....
			....				....
			....				....

H 7.3

Kennimyndir Stammformen

Fylltu út kennimyndir þessara sterku sagna. Hlustaðu á lausnina. Hlustaðu að nýju og endurtaktu.

Ergänze die Stammformen der starken Verben. Hör dir die Lösung an. Hör ein weiteres Mal zu und sprich mit.

bíða				
biðja				
bjóða				
liggja				
sitja				

H 7.4

Vísa Gedicht

Hlustaðu á vísuna. Taktu vel eftir tónfallinu. Sönglaðu með. Hlustaðu aftur og lestu með.

Hör dir das Gedicht an. Achte besonders auf die Satzmelodie. Summe mit. Hör noch einmal zu und lies mit.

Fingraþula

Þumalfingur er mamma,
sem var mér vænst og best.
Vísifingur er pabbi
sem gaf mér rauðan hest.
Langatöng er bróðir
sem býr til falleg gull.
Baugfingur er systir
sem prjónar sokka úr ull.

Litlifingur er barnið sem leikur að skel
litli pínu anginn sem stækkar svo vel.
Hér er allt fólkið svo fallegt og nett.
Fimm eru í bænum ef talið er rétt.
Ósköp væri gaman í þessum heim,
ef öllum kæmi saman jafn vel og þeim.

(unbekannter Autor)

H 7.5

Sérhljóðalengd Vokallänge

Hlustaðu. Er merkta sérhljóðið langt eða stutt? Krossaðu við.

Hör zu. Ist der markierte Vokal lang oder kurz? Kreuze an.

langt	stutt	
		fólk
		ís
		metri
		stutt
		sitja
		vökvi
		tala

langt	stutt	
		Esja
		leti
		kunna
		kveikja
		jól
		apríl
		íslenskur

Hlustaðu aftur. Hvenær eru sérhljóðin löng og hvenær stutt? Krossaðu við.

Hör noch einmal zu. Wann werden Vokale kurz und wann lang gesprochen? Kreuze an.

lang	kurz	
		in betonten Silben (wenn kein oder nur ein Konsonant folgt) (z.B. leti)
		in unbetonten Silben
		vor kj, kr, kv, pj, pr, sj, sr, sv, tj, tr und tv
		wenn zwei oder mehr Konsonanten folgen (mit Ausnahme der oben genannten) (z.B. kunna, skamma)

Hlustaðu aftur og endurtaktu.

Hör noch einmal zu und sprich mit.

H 7.6

Tungubrjótur Zungenbrecher

Þvílíkur dansleikur í frystihúsi. Þvílíkur dansleikur í frystihúsi. Þvílíkur dansleikur í frystihúsi.

H 7.7

Málsháttur Sprichwort

Hver hefur sína byrði að bera.

Talandi um 8

 H 8.1

Aðgreining Distinktion

Hlustaðu og taktu eftir framburði *ei, ey, au, æ*. Merktu við hljóðin í orðunum. Berðu fram hljóðin á meðan þú merkir við þau. Hlustaðu að nýju og endurtaktu.

Hör zu und achte auf die Aussprache von *ei, ey, au, æ*. Markiere die Laute in den Wörtern. Sprich die Laute beim Markieren mit. Hör noch einmal zu und sprich nach.

eiginlega	jæja	dauður	fleiri
bæði	raunvera	vinsæll	auga
kaupa	leið	keyra	brauð
eyra	laus	læra	leita

H 8.2

Örnefni Ortsnamen

Hlustaðu á örnefnin. Hlustaðu aftur og skrifaðu svo orðin.

Hör dir die Ortsnamen an. Hör dir die Ortsnamen noch einmal an und schreibe sie auf.

Hlustaðu einu sinni til og endurtaktu.

Hör dir die Ortsnamen noch einmal an und sprich mit.

H 8.3

Vísindi? Wissenschaft?

Hlustaðu og lestu með. Merktu við *i* og *í* í textanum. Hlustaðu aftur og endurtaktu.

Hör zu und lies mit. Markiere alle *i* und *í* im Text. Hör noch ein weiteres Mal zu und sprich nach.

Ég sit við gluggann og skrifa bréf.
Hann er viss um það.
Listakonan fer til Berlínar í lest og heimsækir listahátíð.
Hún býður mér líka á hátíðina.
Ertu í liðinu?

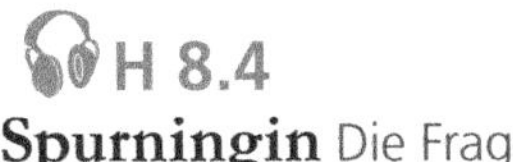

H 8.4

Spurningin Die Frage

Svaraðu spurningunum. Hlustaðu á lausnina. Hlustaðu aftur og endurtaktu.

Beantworte die Fragen. Hör dir die Lösung an. Hör noch einmal zu und sprich mit.

Kanntu að baka brauð?	*Já, ég kann að baka brauð.*
Viltu horfa á kvikmyndina?	*Já,* . . . .
Áttu að lesa þessa bók?	*Nei,* . . . .
Kaupirðu agúrkur?	*Já,* . . . .
Hefurðu ekki heyrt um Erró?	*Jú,* . . . .

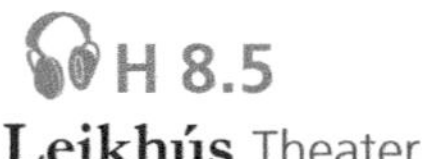

H 8.5

Leikhús Theater

Lestu setninguna út frá þeirri stemmningu sem broskarlarnir sýna. Hlustaðu svo. Hlustaðu aftur og endurtaktu.

Lies den Satz in verschiedenen Stimmungen wie die Smileys angeben. Hör dann zu. Hör noch einmal zu und sprich mit.

Í dag er gluggaveður!

H 8.6

Tungubrjótur Zungenbrecher

Vont er þeirra ranglæti, verra þeirra réttlæti.
(aus «Die Islandglocke» von Halldór Laxness)

H 8.7

Málsháttur Sprichwort

Seint koma sælir en koma þó.
Betra er berfættum en bókarlausum að vera.
Betra er geymt en gleymt.

Talandi um 9

H 9.1

Texti Text

Hlustaðu á textann og lestu með. Taktu eftir framburði stafanna *o* og *ó*. Hlustaðu aftur á textann og endurtaktu.

Hör den Text an und lies mit. Achte auf die Aussprache der Buchstaben **o** und **ó**. Hör den Text noch einmal an und sprich mit.

Sk**ó**lastj**ó**rar k**o**ma saman í Hásk**ó**la Íslands **o**g skipuleggja sk**o**ðunarferð til Evr**ó**pu.
Hall**ó**, heyrirðu í mér?
B**ó**kin er um k**ó**ngul**ó** sem f**ó**r á sj**ó** og þá inn í sk**ó**g.
Það er alltaf sv**o** g**o**tt að k**o**ma inn í st**o**funa hjá gömlu k**o**nunni.
Fjögur kíl**ó** k**o**sta tvö þúsund kr**ó**nur.
L**ó**an er k**o**min.

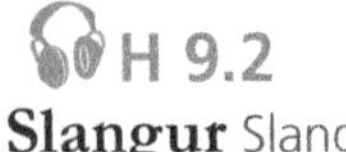

H 9.2

Slangur Slang

Skrifaðu *ó*-orðin. Hlustaðu á lausnina. Hlustaðu aftur og endurtaktu orðin.

Schreibe die ó-Wörter auf. Hör dir die Lösung an. Hör noch einmal zu und sprich mit.

strætisvagn	*stræt*ó
Mosfellsbær	*Mosó*
leyndarmál	....
Verslunarskólinn	....
tengdaforeldrar/-sonur/-dóttir	....
tyggigúmmi	*tyggjó*
Patreksfjörður	....
skrípamynd	....
afmæli	*ammó*
vandræðalegt	....
menntaskóli	....

H 9.3

Texti Text

Hlustaðu. Taktu vel eftir hljóðinu *ú*. Merktu við öll *ú* textans. Hlustaðu aftur og endurtaktu.

Hör zu. Achte besonders auf den Laut *ú*. Markiere alle *ú* im Text. Hör den Text noch einmal an und sprich mit.

Kúrekinn er fúll af því að gúmmístígvélin hans eru skítug. Húsið hans stendur undir fjöllunum. Hann er með hestabú. Núna er hann að fella púsl inn í púsluspil. Og seinna kemur sonur hans til að spila lúdó.

H 9.4

Þátíð Präteritum

Hlustaðu. Hvaða tannmælta hljóði er bætt við orðið í þátíð? Krossaðu við. Hlustaðu aftur og skrifaðu niður 1. pers. et. í þátíð. Hlustaðu að nýju og endurtaktu.

Hör zu. Welcher Dental (ð, d, t) wird im Präteritum eingeschoben? Kreuze an. Hör noch einmal zu und schreibe die 1. Pers. Sg. im Präteritum auf. Hör noch einmal zu und sprich nach.

ð	d	t	1. Pers. Sg.	Infinitiv
×			talaði	tala
				kaupa
				segja
				hafa
				lifa
				gleyma

ð	d	t	1. Pers. Sg.	Infinitiv
				nenna
				læra
				kyssa
				keyra
				synda
				horfa

H 9.5

Vísa Gedicht

Hlustaðu á vísuna. Taktu vel eftir tónfallinu. Hlustaðu aftur. Söngladu með. Hlustaðu að nýju og hvíslaðu svo vísuna.

Hör dir das Gedicht an. Achte besonders auf die Satzmelodie. Hör das Gedicht noch einmal an. Summe mit. Hör das Gedicht noch einmal an und flüstere mit.

Sofðu unga ástin mín,
úti regnið grætur.
Mamma geymir gullin þín,
gamla leggi og völuskrín.
Við skulum ekki vaka um
dimmar nætur.

Það er margt sem myrkrið veit
minn er hugur þungur.
Oft ég svarta sandinn leit,
svíða grænan engireit.
Í jöklinum hljóða
dauðadjúpar sprungur.

Sofðu lengi, sofðu rótt,
seint mun best að vakna.
Mæðan kenna mun þér fljótt,
meðan hallar degi skjótt
að mennirnir elska,
missa, gráta og sakna.

(Jóhann Sigurjónsson)

H 9.6

Á ferð um Ísland Reise um Island

Lestu örnefnin og skrifaðu nöfnin við tölurnar á kortinu. Hlustaðu á lausnina. Hlustaðu aftur á lausnina og endurtaktu.

Lies die Ortsnamen und ordne sie den Zahlen in der Karte zu. Hör dir die Lösung an. Hör die Lösung noch einmal an und sprich mit.

Geysir	Gullfoss	Landmannalaugar	Vatnajökull
Eyjafjallajökull	Hveravellir	Mývatn	Dettifoss

1 .... 5 ....

2 .... 6 ....

3 .... 7 ....

4 .... 8 ....

 H 9.7

Tungubrjótur Zungenbrecher

Ljúktu upp lúgunni, ljúfurinn.

 H 9.8

Málsháttur Sprichwort

Dropinn holar harðan stein.
Aldrei er góð vísa of oft kveðin.

Talandi um 10

H 10.1

Aðgreining Distinktion

Hlustaðu. Taktu vel eftir framburði hljóðanna e, é, *eng*. Merktu við hljóðin í orðunum. Berðu fram hljóðin á meðan þú merkir við þau. Hlustaðu enn á ný og endurtaktu.

Hör zu. Achte auf die Laute e, é, *eng*. Markiere die Laute in den Wörtern. Sprich die Laute beim Markieren mit. Hör noch einmal zu und sprich mit.

lengi	fé	hér
rétt	séra	England
verð	lengur	metri
gera	samhengi	vel

H 10.2

Raddað? Stimmhaft?

Hlustaðu. Er *f* raddað eða óraddað? Krossaðu við. Hlustaðu aftur og skrifaðu orðin. Hlustaðu enn á ný og endurtaktu.

Hör zu. Ist das *f* stimmhaft oder stimmlos? Kreuze an. Hör noch einmal zu und schreibe die Wörter auf. Hör ein weiteres Mal zu und sprich mit.

raddað	óraddað		raddað	óraddað	
×		....			....
		....			....
		....			....
		....			....
		....			....
		....			....

Zwischen Vokalen, am Wortende und zwischen stimmhaften Lauten ist das f .... Im Anlaut und in Fremdwörtern ist das f ....

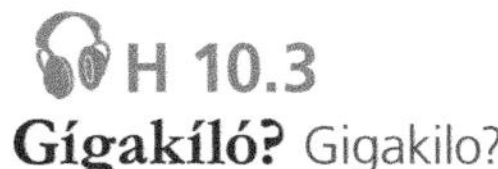

H 10.3

Gígakíló? Gigakilo?

Hlustaðu. Hlustaðu aftur og endurtaktu.

Hör zu. Hör noch einmal zu und sprich nach.

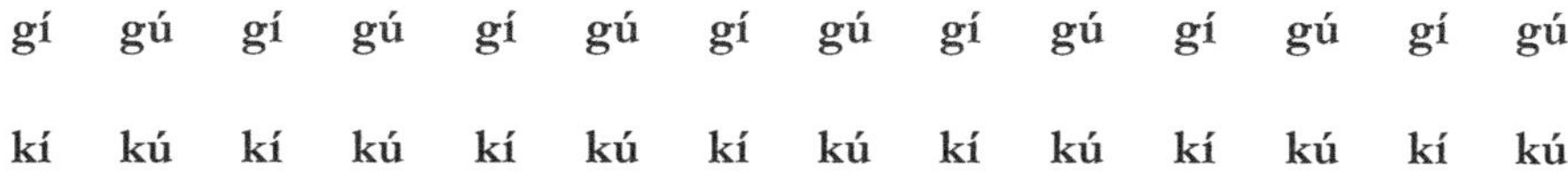

gí gú gí gú gí gú gí gú gí gú gí gú gí gú

kí kú kí kú kí kú kí kú kí kú kí kú kí kú

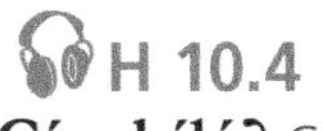

H 10.4

Gígakíló? Gigakilo?

Hlustaðu á pörin. Taktu eftir framburði *g* og *k*. Framburðurinn fer eftir sérhljóðinu sem fylgir. Hlustaðu aftur og endurtaktu.

Hör dir die Paare an. Achte auf die Aussprache von *g* und *k*. Es kommt auf den darauffolgenden Vokal an. Hör noch einmal zu und sprich nach.

e, i, í, y, ý, æ, ei, ey	**a, á, o, ó, u, ú, ö, au**			**e, i, í, y, ý, æ, ei, ey**	**a, á, o, ó, u, ú, ö, au**		
ge	**ga**	gera	garður	**ke**	**ko**	kerti	kort
gi	**ga**	gista	(þú) gast	**ki**	**kö**	kisa	köttur
gí	**gá**	gítar	gáta	**kí**	**kú**	kíló	kúla
gy	**gó**	gyðja	góður	**ky**	**ka**	kyn	kann
gý	**go**	gýs	gos	**ký**	**kó**	kýr	kór
gæ	**gu**	gæfa	gufa	**kæ**	**ká**	kærasti	kátasti
gei	**gú**	geimur	gúmmí	**kei**	**ku**	keisari	kusum
gey	**gö**	geyma	gömul	**key**	**kau**	keyra	kaupa

H 10.5

Samsett orð Komposita

Lestu samsettu orðin. Aðgreindu orðhluta með striki. Hlustaðu á orðin. Hlustaðu aftur og endurtaktu.

Lese die zusammengesetzten Wörter. Füge Trennstriche zwischen den einzelnen Wörtern ein. Hör dir die Wörter an. Hör sie noch einmal an und sprich mit.

bíl|lykill	starfsmaður	Reykjavíkurborg	hjúkrunarfræðingur

flugvallarbygging	rannsóknarlögreglumaður	forsætisráðherra	tölvupóstfang

fjölskylduhátíð	þjóðhátíðardagur	flugeldasýning

H 10.6

Lengsta orð íslenskunnar Längstes Wort des Isländischen

Lestu lengsta orð íslenskunnar. Aðgreindu orðhluta með striki. Hlustaðu. Hlustaðu aftur og endurtaktu.

Lies das längste Wort des Isländischen. Füge Trennstriche ein. Hör zu. Hör noch einmal zu und sprich mit.

Vaðlaheiðarvegavinnuverkfærageymsluskúrslyklakippuhringurinn

Talandi um 11

H 11.1

Texti Text

Hlustaðu á textann og lestu með. Taktu eftir framburði stafanna *sl* og *sn*. Hlustaðu aftur á textann og endurtaktu.

Hör den Text an und lies mit. Achte auf die Aussprache der Buchstaben *sl* und *sn*. Hör den Text noch einmal an und sprich mit.

Gí**sl**i er í**sl**enskur. Hann býr á Í**sl**andi. Venjulega borgar hann með greið**sl**ukorti þegar hann er að ver**sl**a. Hann hlustar oft á gei**sl**adisk eftir Ólaf Arnalds. Gí**sl**i er að læra þýsku. Kenn**sl**ubókin heitir *Guten Tag*. Hann Gí**sl**i borðar gjarnan svis**sn**eskan mat. Til dæmis mú**sl**i í morgunmat eða fondú í vei**sl**um. Honum finnst gaman að pú**sl**a saman pú**sl**uspilum. Og á sumrin fer hann til Bo**sn**íu til að heimsækja gestri**sn**a vini. Heima er hann með hæn**sn**abú og **sn**yrtilegan geym**sl**uskúr.

H 11.2

Aðgreining Distinktion

Hlustaðu. Hvaða orð heyrirðu? Krossaðu við. Hlustaðu aftur á orðin og endurtaktu.

Hör dir die Wörter an. Welches Wort hörst du? Kreuze an. Hör dir die Wörter noch einmal an und sprich mit.

☐	sveit	☐	sveinn
☐	eitt	☐	einn
☐	neitt	☐	neinn
☐	beit	☐	beinn
☐	fótinn	☐	fónninn
☐	fíkn	☐	fínn
☐	hrein	☐	hreinn
☐	þjóð	☐	þjónn

H 11.3

Aðgreining Distinktion

Hlustaðu. Hvaða orð heyrirðu? Krossaðu við. Hlustaðu aftur á orðin og endurtaktu.

Hör dir die Wörter an. Welches Wort hörst du? Kreuze an. Hör dir die Wörter noch einmal an und sprich mit.

☐	karl	☐	kall
☐	barna	☐	batna
☐	varla	☐	valla
☐	perla	☐	penna
☐	jarl	☐	jafn
☐	gjarnan	☐	gjalda
☐	þarna	☐	þakka
☐	björn	☐	björg
☐	salerni	☐	balletti (þgf.)
☐	stjarna	☐	stjaka

H 11.4

Keflavík

Hlustaðu á orðin. Hver er framburðarreglan fyrir *fl*?

Hör dir die Wörter an. Welche Regel für die Aussprache von *fl* findest du?

tefla	kafli	Keflavík	trufla	hestöfl	kartafla

Am Wortende und zwischen Vokalen wird **fl** wie .... ausgesprochen.

Af hverju verður *fl* ekki að *pl* í þessum orðum?

Warum wird bei folgenden Wörtern kein *pl* aus dem *fl*?

fluga	flagg	flauta	bókstaflega	líflaus	ákaflega

Steht **fl** am .... oder zwischen .... ändert sich die Aussprache nicht.

Hlustaðu aftur og endurtaktu.

Hör noch einmal zu und sprich mit.

H 11.5

Höfn í Hornafirði

Hlustaðu á orðin. Hver er framburðarreglan fyrir *fn*?

Hör dir die Wörter an. Welche Regel für die Aussprache von *fn* findest du?

hrafn	jafn	ofn	höfn	nafn	safn	bókasafn	bókstafnum

svefnleysi	Hafnarfjörður	heimaverkefni	Kaupmannahöfn	sofna

Am Wortende und zwischen Vokalen wird **fn** wie .... ausgesprochen. Steht **fn** im Anlaut oder zwischen zwei Wortteilen (am Silbengelenk) ändert sich die Aussprache nicht.

Hlustaðu aftur og endurtaktu.

Hör noch einmal zu und sprich mit.

H 11.6

Mannanafnanefnd Ausschuss für Personennamen

Hlustaðu vandlega. Hvernig er *fnd* / *fnt* borið fram?

Hör genau zu. Wie wird *fnd* / *fnt* ausgesprochen?

raddað	**óraddað**
nefnd	nefnt
hefnd	hefnt
stefndi	stefnt
	jafnt

Die Buchstabenfolgen **fnd** und **fnt** werden gesprochen wie ....

Hlustaðu aftur og endurtaktu.

Hör noch einmal zu und sprich mit.

H 11.7

Texti Text

Hlustaðu á textann og lestu með. Taktu eftir framburði stafanna *ll/nn/rn/rl/fl/fn/sn/sl*. Hlustaðu aftur á textann og endurtaktu.

Hör den Text an und lies mit. Achte auf die Aussprache der Buchstaben *ll / nn / rn / rl / fl / fn / sn / sl*. Hör den Text noch einmal an und sprich mit.

Kafli ellefu

Í skólanum í Keflavík eru margar kennslustofur. Í öllum kennslustofunum er tafla og ruslafata. Nemendurnir í skólanum læra forníslensku. Þeir fá varla heimaverkefni. Til að forðast villur nota þeir snjallsíma. Stundum sofnar einn af þeim í kennslunni. Til að forðast það taka þeir hákarlalýsi. Um hádegið borða nemendurnir í mötuneyti skólans. Oft eru kartöflur í matinn. Kartöflur eru góðar. Einnig er kartöflumús fínn matur.

Í skólanum er líka bókasafn. Á bókasafninu eru margar bókahillur. Að gefnu tilefni er hægt að fá bækurnar lánaðar með rafrænni undirskrift.

Í dag fara nemendurnir í Sundhöll Reykjavíkur. Það er mikill snjór milli Keflavíkur og Reykjavíkur. Bílstjórinn sér ekki neitt. Bíllinn hans er um 130 hestafla.

Hérna er Sundhöllin og þarna er karl sem er sundkennari. Hann ber nafnið Örn. Hann er eini sundhallarvörðurinn sem er Hornfirðingur. Örn var kosinn í kosningunum. Alltaf á sunnudögum hittir hann vin á hársnyrtistofu og fær klippingu. Og seinna um daginn hittir hann einhvern annan.

H 11.8

Vísa Gedicht

Hlustaðu á vísuna. Taktu vel eftir tónfallinu. Hlustaðu aftur og lestu með.

Hör dir das Gedicht an. Achte besonders auf die Satzmelodie. Hör das Gedicht noch einmal an und sprich mit.

Krummi krunkar úti, kallar á nafna sinn:
Ég fann höfuð af hrúti, hrygg og gæruskinn;
Komdu nú og kroppaðu með mér, krummi, nafni minn.

(volkstümliche Überlieferung)

H 11.9

Tungubrjótur Zungenbrecher

Rómverskur riddari réðst inn í Rómarborg, rændi þar og ruplaði radísum og rófum. Hvað eru mörg R í því?

H 11.10

Málsháttur Sprichwort

Snemma beygist krókurinn til þess sem verða vill.
Illt er á einum fæti að standa.

Sjálfsmat Selbsteinschätzung

Lestu aftur texta 11.7 upphátt og taktu upp lesturinn. Hlustaðu á hljóðskrána og reyndu að leiðrétta framburð þinn.

Lies den Text 11.7 noch einmal laut vor und nehme deine Stimme dabei auf. Hör dir die Tondatei an und versuche deine Aussprache zu korrigieren.

Talandi um 12

H 12.1
Önghljóðið *g* Der Reibelaut *g*

Hlustaðu á orðin. Taktu eftir hljóðinu fyrir framan *t*. Hlustaðu aftur og endurtaktu.

Hör dir die Wörter an. Achte auf den Reibelaut vor *t*. Hör dir die Wörter noch einmal an und sprich mit.

Aktu Taktu	sorglegt	velþekktur	afskekkt	nálægt	sagt	
samþykkt	öfugt	doktorsnemi	byggt	eyðilagt	dökk	gakktu
geðveikt	hægt	sólríkt	þvílíkt	öruggt		

H 12.2
Raddaða önghljóðið *g* Der stimmhafte Reibelaut *g*

Hlustaðu á orðin. Taktu vel eftir önghljóðinu *g*.

Hör dir die Wörter an. Achte besonders auf den Reibelaut *g*.

lag dagur saga fluga fallegur lagði sagði byggði tryggði stig

Saga?
So sprichst du den stimmhaften Reibelaut **g** aus:

Ach je! Sag **ach** und halte den **ch**-Laut. Spüre den Laut im Rachen. Versuche dem **ch** nun Stimme zu geben, wie bei leichtem Gurgeln.

Sag mehrmals hintereinander: «Ach je!» Lasse die Laute **ch** und **j** verschmelzen.

Hlustaðu aftur á 12.2 og endurtaktu.

Hör dir die Wörter aus 12.2 noch einmal an und sprich mit.

H 12.3

Texti Text

Hlustaðu á textann og lestu með. Taktu eftir framburði stafsins *g* og stafanna *g* og *k* fyrir framan *t*. Hlustaðu aftur á textann og endurtaktu.

Hör den Text an und lies mit. Achte auf die Aussprache des Buchstabens *g* und der Buchstaben *g* und *k* vor *t*. Hör den Text noch einmal an und sprich mit.

«Ga**kkt**u í bæinn!» sa**gð**i vel þe**kkt** og falle**g** kona sem hét Sa**g**a. Hún var do**kt**orsnemi við Háskóla Íslands. «Fylgdu mér», hafði hún sa**gt** og sannfærði mig um að hún hefði by**ggt** geðvei**kt** margar byggingar. Hún var nefnilega do**kt**orsnemi í arkite**kt**úr. Hún hafði meðal annars by**ggt** hús sem stendur á afske**kkt**u svæði sem er mjög sólrí**kt**. Nálæ**gt** því er annað hús sem er skítu**gt** og leiðinle**gt**. Þar er vont ly**kt**. Sa**g**a skipula**gð**i húsið. Margt er skrítið. Til dæmis eru ljósin í húsinu stöðu**gt** kvei**kt**. Það er ekki hæ**gt** að slökkva ljósin.
Henni Sö**g**u fannst fjöru**gt** að fara í líkamsræ**kt** og syngja dæ**g**urlö**g**.
«Þvílí**kt** og annað eins!» hu**g**saði é**g**, «Í da**g** er skrítinn da**g**ur!»

H 12.4

Allra stafa setning Pangramm

Hlustaðu á setninguna. Hlustaðu aftur og endurtaktu. Stafaðu síðan setninguna.

Hör dir den Satz an. Hör dir den Satz noch einmal an und sprich mit. Buchstabiere nun den Satz.

Kæmi ný öxi hér, ykist þjófum nú bæði víl og ádrepa.
(unbekannter Autor)

H 12.5

Vísa Gedicht

Hlustaðu á vísuna. Taktu vel eftir tónfallinu. Hlustaðu aftur og hvíslaðu vísuna.

Hör dir das Gedicht an. Achte besonders auf die Satzmelodie. Hör noch einmal zu und flüstere mit.

Sunnudagur til sigurs,
mánudagur til mæðu,
þriðjudagur til þrautar,
miðvikudagur til moldar,
fimmtudagur til frama,
föstudagur til fjár,
laugardagur til lukku.

(volkstümliches Gedicht nach Jón Árnason)

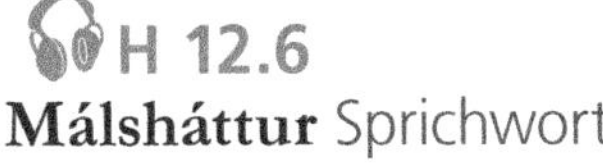

H 12.6
Málsháttur Sprichwort

Segðu það heldur steininum heldur en engum.
Hver veit það sem aldrei segist.

H 12.7
Örnefni Ortsnamen

Hlustaðu á örnefnin. Hlustaðu aftur á örnefnin og skrifaðu þau niður.

Hör dir die Ortsnamen an. Hör dir die Ortsnamen noch einmal an und schreibe sie auf.

Hlustaðu á örnenfin á ný og endurtaktu.

Hör dir die Ortsnamen noch einmal an und sprich mit.

Talandi um 13

H 13.1

Texti Text

Hlustaðu á textann og lestu með. Taktu eftir framburði stafanna *pt* og *ppt*. Hlustaðu aftur á textann og endurtaktu.

Hör den Text an und lies mit. Achte auf die Aussprache der Buchstabenverbindungen *pt* und *ppt*. Hör den Text noch einmal an und sprich mit.

Ka**pt**einninn stýrði skipinu til Egy**pt**alands og ski**pt**i þar um skip.
Á bátnum leitaði ka**pt**einninn að áttavita.
Í se**pt**ember gley**pt**i skrímsli ka**pt**eininn.
Viðski**pt**avinurinn key**pt**i rakvél og er hann nú vel rakaður og nýkli**ppt**ur.

H 13.2

Hjónin hjóla um jólin Das Ehepaar radelt an Weihnachten

Hlustaðu á pörin. Hvernig hljómar *h* í framstöðu með eftirfarandi stöfum? Hlustaðu gaumgæfilega og berðu saman orðin með *h* og án *h*.

Hör dir die Paare an. Was macht das *h* im Anlaut mit dem darauffolgenden Laut? Hör genau hin.

hér	er	hlátur	látur
hérlendur	erlendur	hnefi	nef(i)
hjól	jól	hné	né
hjá	já	hraun	raun
hjón	Jón	hrós	rós
hlið	lið		

Steht **h** im Anlaut, wird der Laut .... realisiert.

Hlustaðu aftur og endurtaktu.

Hör noch einmal zu und sprich mit.

H 13.3

Spurnarorð Fragewörter

Hlustaðu. Hvernig er stemmningin þegar spurt er? Skrifaðu viðeigandi lýsingarorð. Hlustaðu aftur og endurtaktu.

Hör zu. In welcher Stimmung werden die Fragen gesprochen? Notiere dir das Adjektiv. Hör noch einmal zu und sprich mit.

entsetzt ängstlich erfreut verzweifelt erstaunt

Hvað er að? ....

Hver er þar? ....

Hvaðan ertu? ....

Hvar ertu? ....

Hvert ferðu? ....

Hve margar eru komnar? ....

Hvernig á ég að gera það? ....

Hvers konar tónlist er þetta? ....

Hvor þeirra er góður? ....

Hvort þeirra er betra? ....

H 13.4

Tungubrjótur Zungenbrecher

Hnoðri úr norðri verður að veðri þó síðar verði
Hraðfrystihús Kaupfélags Fáskrúðsfirðinga, Fáskrúðsfirði

H 13.5

Gælunöfn Spitznamen

Lestu gælunöfnin og skrifaðu þau við nöfnin sem eiga við. Hlustaðu svo á lausnina.

Lies die Spitznamen und schreibe sie den zugehörigen Namen zu. Hör dir dann die Lösung an.

Nonni	Villi	Alli	Gummi	Jói	Siggi	Valli	Palli	Gunni	Hemmi

Guðmundur . . . .

Sigurður . . . .

Páll . . . .

Jón . . . .

Jóhann . . . .

Vilhjálmur . . . .

Aðalsteinn . . . .

Gunnar . . . .

Valdimar . . . .

Hermann . . . .

Hlustaðu aftur og lestu nöfnin og gælunöfnin einu sinni til. Hlustaðu aftur og endurtaktu.

Hör ein weiteres Mal zu und lies die Eigennamen und ihre Spitznamen noch einmal. Hör noch einmal zu und sprich mit.

H 13.6

Leikhús Theater

Lestu setninguna út frá þeirri stemmningu sem broskarlarnir sýna. Hlustaðu svo. Hlustaðu að nýju og endurtaktu.

Lies den Satz in den verschiedenen Stimmungen. Hör dann zu. Hör noch einmal zu und sprich mit.

Gjörðu svo vel! Takk fyrir!

Talandi um 14

H 14.1

Daglegt talmál Alltagssprache

Hlustaðu á setningarnar. Hvaða stafur er ekki borinn fram? Merktu við stafinn. Hlustaðu aftur og endurtaktu.

Hör dir die Sätze an. Welcher Buchstabe wird nicht ausgesprochen? Markiere sie. Hör dir die Beispielsätze nochmals an und sprich mit.

Hann er að koma.

Hvað heitirðu?

Eina með öllu!

Kemurðu á morgun?

Gaman að sjá þig!

Geturðu sagt mér hvað klukkan er?

Geturðu skrifað þetta niður?

Það er rétt hjá þér!

Talarðu þýsku?

H 14.2

Daglegt talmál Alltagssprache

Hlustaðu á setningarnar. Raðaðu setningunum í rétta röð. Hlustaðu aftur. Hvað verður um *þ*?

Hör zu. Bringe die Sätze in die richtige Reihenfolge. Hör noch einmal zu. Was passiert mit dem *þ*?

Komið þið sæl og blessuð!	Má bjóða þér meira kaffi?	Verði þér að góðu!
Allt þetta fína.	Já, sé þig á morgun!	Passaðu þig!
Blessuð, Sigga!	Vantar þig aðstoð?	Hvað segir þú?

1 ....

2 ....

3 ....

4 . . . .

5 . . . .

6 . . . .

7 . . . .

8 . . . .

9 . . . .

Das þ wird in der gesprochenen Sprache häufig als . . . . , also stimm . . . . , ausgesprochen.

H 14.3

Daglegt talmál Alltagssprache

Hlustaðu á setningarnar. Hvaða stafur er ekki borinn fram? Merktu við stafina.

Hör dir die Sätze an. Welcher Buchstabe wird nicht ausgesprochen? Markiere sie.

Sérðu hann?
Bið að heilsa henni!
Hlustaðu á hann!
Var henni ekki boðið?
Ertu að tala um hana?
Ég kann ekki við hann!
Bíllinn hennar er bilaður, en bíllinn hans virkar.

Hlustaðu aftur á setningarnar og endurtaktu.

Hör dir die Beispielsätze nochmals an und sprich mit.

H 14.4

Daglegt talmál Alltagssprache

Hlustaðu á setningarnar. Áherslulaus sérhljóð eiga það til að hverfa í framburði. Merktu við sérhljóðin. Hlustaðu aftur og endurtaktu setningarnar.

Hör dir die Sätze an. Manche Vokale werden zusammengezogen. Markiere sie. Hör dir die Sätze nochmals an und sprich mit.

Láttu‿okkur vita.
Ég ætla að hitta ykkur seinna.
Heyrðu, förum niðri í bæ!
Kanntu að prjóna?
Kemurðu á morgun?
Þau ætla að fara í sund á morgun.
Við erum að koma út!
Talandi um framburðinn, hefur þú heyrt um nýju bókina?
Hann er fjörutíu og fimm ára gamall.

Am Ende eines Wortes fallen die unbetonten Vokale **a**, **i** und **u** weg, wenn das folgende Wort mit einem .... beginnt.

H 14.5

Daglegt talmál Alltagssprache

Hlustaðu á pörin. Bæði framburðartilbrigðin eru rétt. Hlustaðu aftur og endurtaktu.

Hör dir die Paare an. Beide Aussprachevarianten sind korrekt. Hör noch einmal zu und sprich mit.

karl	karl*	barn	barn
varla	varla	hérna	hérna
horn	horn	björn	björn*
kerling	kerling	þarna	þarna

*In den Eigennamen Karl und Björn wird das **r** immer ausgesprochen und entfällt nicht.

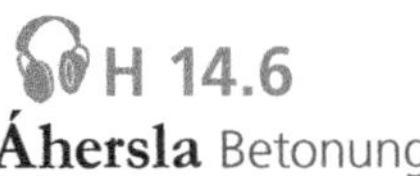

H 14.6

Áhersla Betonung

Hlustaðu á setningarnar. Undirstrikaðu áhersluorðin. Hlustaðu svo aftur og endurtaktu.

Hör dir die Sätze an. Unterstreiche das betonte Wort. Hör dir die Sätze noch einmal an und sprich mit.

Í dag kemur fyrsti jólasveinninn til byggða.
Í dag kemur fyrsti jólasveinninn til byggða.
Í dag kemur fyrsti jólasveinninn til byggða.
Í dag kemur fyrsti jólasveinninn til byggða.

H 14.7

Spurningar Fragen

Lestu spurningarnar og svaraðu þeim. Hlustaðu á lausnina. Hlustaðu svo aftur og endurtaktu.

Lies die Fragen und beantworte sie. Hör dir die Lösung an. Hör dir die Sätze noch einmal an und sprich mit.

Kemur hún með?	*Já, hún kemur með.*
Fer hann til Íslands í sumar?	*Já,* . . . .
Vill barnið borða ís?	*Já,* . . . .
Er hún frá Þýskalandi?	*Já,* . . . .

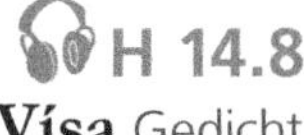

H 14.8

Vísa Gedicht

Hlustaðu á vísuna. Taktu vel eftir tónfallinu. Hlustaðu aftur og endurtaktu. Teiknaðu Óla prik á meðan þú lest vísuna upphátt.

Hör dir das Gedicht an. Achte besonders auf die Satzmelodie. Hör noch einmal zu und sprich mit. Zeichne Óli, während du das Gedicht laut mitsprichst.

Óli prik

Punktur, punktur, komma, strik –
þetta er hann Óli prik.
Hálsinn mjór og maginn stór –
hendur, hendur,
fætur, fætur –
finnst þér ekki Óli sætur?
Hár, hár, hár, hár.
Nú er karlinn klár.

(unbekannter Autor)

H 14.9

Tungubrjótur Zungenbrecher

írskt armbandsúr, írskt armbandsúr, írskt armbandsúr, írskt armbandsúr

H 14.10

Málsháttur Sprichwort

Maður er manns gaman.

Heimskum er þögn best.

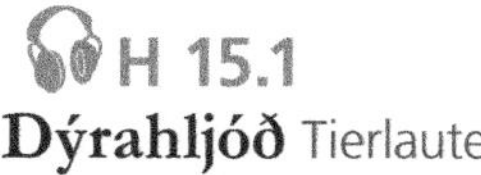

Talandi um 15

H 15.1

Dýrahljóð Tierlaute

Lestu hljóðin og dýranöfnin. Tengdu hljóðin við dýrin. Hlustaðu á lausnina. Hlustaðu svo aftur og endurtaktu.

Lies dir die Tiergeräusche und die Tiernamen durch. Ordne die Geräusche den Tieren zu. Hör dir die Lösung an. Hör noch einmal zu und sprich mit.

gaggalagú	mö mö	kvak kvak
í ha ha	meee meee	í hi hi
mjá mjá	voff voff	gagg gagg
bí bí	bra bra	rýt rýt

asni	. . . .	Asnarnir hrína.
kind	. . . .	Kindurnar jarma.
önd	. . . .	Endurnar kvaka.
hestur	. . . .	Hestarnir hneggja.
kýr	. . . .	Kýrnar baula.
svín	. . . .	Svínin rýta.
kisa	. . . .	Kísurnar mjálma.
hundur	. . . .	Hundarnir gelta.
fugl	. . . .	Fuglarnir tísta.
hani	. . . .	Hanarnir gala.
hæna	. . . .	Hænurnar gagga.
froskur	. . . .	Froskarnir kvaka.

Svæðisbundinn framburðarmunur Regionale Ausspracheunterschiede

Hér má finna ýmis dæmi um svæðisbundinn framburð. Hlustaðu á dæmin og punktaðu hjá þér athugasemdir um framburðareinkennin.

Hier folgen einige regionale Aussprachebeispiele. Hör dir die Beispiele an und mache dir Notizen zu Aussprache und Besonderheiten.

H 15.2

Harðmæli Harte Aussprache der Plosive

Viðmið Standard	**Norðlendingur**	**einkenni** Besonderheit
kápa		
þak		
gata		
vita		

H 15.3

Raddaður framburður Stimmhafte Aussprache

Viðmið Standard	**Norðlendingur**	**einkenni** Besonderheit
úlpa		
seint		
blaðka		
samt		
lampi		
fólk		

H 15.4

ngl-framburður ngl-Aussprache

Viðmið Standard	**Norðlendingur**	**einkenni** Besonderheit
kringla		
England		
hringla		
unglingur		

 H 15.5

hv-framburður hv-Aussprache

Viðmið Standard	Sunnlendingur	einkenni Besonderheit
hvað		
hvalur		
hvorugur		
hvernig		

 H 15.6

rn-, rl-framburður rn-, rl-Aussprache

Viðmið Standard	Austur-Skaftfellingur	einkenni Besonderheit
barn		
karl		
íkorni		
perla		

H 15.7

Vestfirskur einhljóðaframburður Monophtongierung der Westfjorde

Viðmið Standard	Vestfirðingur	einkenni Besonderheit
langur		
banki		
söngur		
löngun		

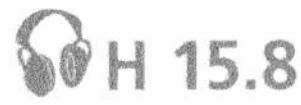

H 15.8

Skaftfellskur einhljóðaframburður Monophthongierung in Skaftafell

Viðmið Standard	**Skaftfellingur**	**einkenni** Besonderheit	
lögin			
lagi			
flogið			
hugi			

H 15.9

Önghljóð/lokhljóð á undan [s] Reibelaut/Plosiv vor [s]

Viðmið Standard	**fædd/ur fyrir 1960**	**einkenni** Besonderheit	
kex			vom Alter der Sprecher-innen und Sprecher abhängig
buxur			
vaxa			
bakstur			

H 15.10

Málsháttur Sprichwort

Af máli má manninn þekkja.

Talandi um 16

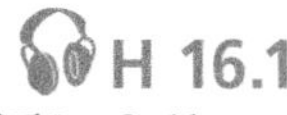

H 16.1

Tónfall Satzmelodie

Hlustaðu. Taktu vel eftir tónfalli orðanna. Tengdu orðin við merkinguna. Hlustaðu aftur og endurtaktu.

Hör zu. Achte besonders auf die Melodie der Wörter. Verbinde die Wörter mit dem Gemeinten. Hör noch einmal zu und sprich mit.

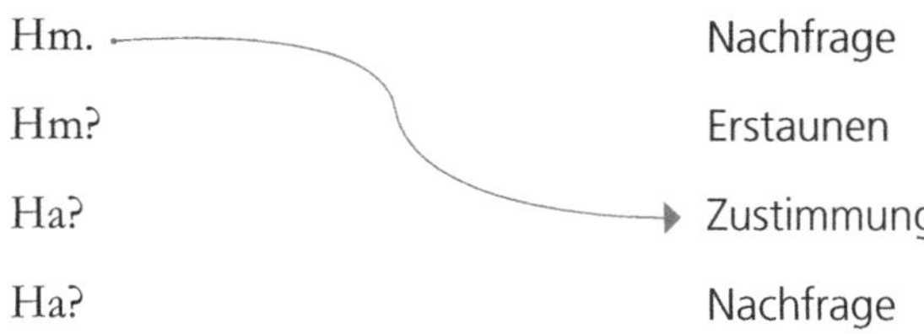

H 16.2

Málsháttur Sprichwort

Að hika er sama og tapa.
Sá brennur fyrst sem eldinum er næst.
Illum geymir, ef aldrei nýtur.

H 16.3

Vísa Gedicht

Hlustaðu á vísuna. Taktu vel eftir tónfallinu. Stattu fyrir framan spegil, hlustaðu aftur og endurtaktu.

Hör dir das Gedicht an. Achte besonders auf die Satzmelodie. Stell dich vor einen Spiegel, hör das Gedicht noch einmal an, sprich mit und beobachte deine Aussprache.

Á íslensku má alltaf finna svar

Á íslensku má alltaf finna svar
og orða stórt og smátt sem er og var,
og hún á orð sem geyma gleði og sorg,
um gamalt líf og nýtt í sveit og borg.

Á vörum okkar verður tungan þjál,
þar vex og grær og dafnar okkar mál.
Að gæta hennar gildir hér og nú,
það gerir enginn nema ég og þú.

(Þórarinn Eldjárn)

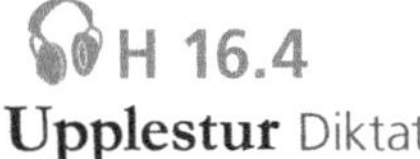

Upplestur Diktat

Hlustaðu á upplesturinn. Hlustaðu aftur og skrifaðu eftir upplestrinum. Lestu síðan textann upphátt.

, komma	. punktur	! upphrópunarmerki	? spurningarmerki

Íslensk málhljóð Laute des Isländischen

H 17

A a	Á á	B b	D d
dalur [a]	kátur [au]	bera [b]	dalur [d]
langur [au]		rabba [b:]	koddi [d:]
haust [œi]			
hagi [aij]			

Ð ð	E e	É é	F f
eða [ð]	vel [ɛ]	sést [jɛ]	fara [f]
blaðka [θ]	fleiri [ei]		hafa [v]
blóð [θ] / [-]	keyra [ei]		kartafla [b]
	lengra [ei]		safna [b]
			nefnd [m]
			nefnt [m̥]

G g	H h	I i	Í í
gata [g]	hafa [h]	bil [ɪ]	bíll [i]
gera [g^j]	hér [ç]	fingur [i]	
rugga [g:]	hjá [ç]		
gluggi [g^j:]	hlið [l̥]		
saga [ɣ]	hné [n̥]		
sagt [x]	hross [r̥]		
lygi [j:]	hver [kv]		

J j	K k	L l	M m
já [j]	kasta [k^h]	læra [l]	maður [m]
eyja [j]	kista [k^j]	tala [l]	amma [m:]
hjá [ç]	taka [k]	salt [l̥]	lampi [m̥]
	poki [k^j]	vel [l̥]	
	takk [^{h}k]	ballett [l:]	
	vakt [x]	illa [dl]	
		fjall [dl̥]	

N n	**O o**	**Ó ó**	**P p**
núna [n]	loka [ɔ]	bóndi [ou]	penni [p^{h}]
kenna [nː]	logi [ɔij]		tapa [p]
hné [n̥]			sleppa [^{h}p]
seint [n̥]			skipta [f]
fínn [dn̥]			
fínni [dn]			

R r	**S s**	**T t**	**U u**
fara [r]	sól [s]	tala [t^{h}]	lundi [ʏ]
rödd [r]	blessuð [sː]	hata [t]	ung [u]
herra [rː]	kosningar [sdn]	hætta [^{h}t]	hugi [ʏij]
burt [r̥]	Ísland [sdl]		
hross [r̥]			

Ú ú	**V v**	**X x**	**Y y**
hús [u]	vel [v]	vaxa [ks]	lyf [ɪ]
			keyra [ei]

Ý ý	**Þ þ**	**Æ æ**	**Ö ö**
lýs [i]	þoka [θ]	læra [ai]	dvöl [œ]
	Aþena [θ]		
	(er) það [ð]		

Orðasafn Glossar

Tungubrjótar	Deutsche Übersetzung
Árni á Á á á á beit (við á).	Árni von Á hat ein grasendes Schaf (am Fluss).
Barbara bar Ara araba bara rabarbara.	Barbara brachte Ari dem Araber nur Rhabarber.
Barði barði Barða á Barði.	Barði schlug Barði in Barð.
Eyjafjallajökull er uppáhaldseldfjallið mitt!	Der Eyjafjallajökull ist mein Lieblings-vulkan!
Ég ætla að læra íslensku á Ísafirði.	Ich möchte Isländisch in Ísafjörður lernen.
Frank Zappa í svampfrakka.	Frank Zappa trägt eine Tweedjacke.
Grettir datt í lukkupottinn.	Grettir hat das große Los gezogen.
Hnoðri úr norðri verður að veðri þó síðar verði.	Eine kleine Wolke aus dem Norden wird früher oder später zum Wetter.
Hraðfrystihús Kaupfélags Fáskrúðsfirðinga, Fáskrúðsfirði	Schockgefrier-Anlage der Genossen-schaft der Einwohner von Fáskrúðs-fjörður, Fáskrúðsfjörður
Írskt armbandsúr	Irische Armbanduhr
Ljúktu upp lúgunni, ljúfurinn.	Schließ die Luke auf, Liebling.
Rómverskur riddari réðst inn í Rómarborg, rændi þar og rupladi radísum og rófum. Hvað eru mörg R í því?	Ein römischer Ritter fiel in Rom ein, raub-te dort und plünderte Radieschen und Rüben. Wieviele R sind darin?
Vont er þeirra ranglæti, verra þeirra réttlæti. (úr Íslandsklukkunni eftir H. Laxness)	Schlimm ist ihre Ungerechtigkeit, schlim-mer ihre Gerechtigkeit. (aus der Islands-glocke von Halldór Laxness)
Það er langur gangur fyrir hann svanga Manga að bera þang í fangi fram á langa tanga.	Es ist ein langer Weg für den hungrigen Mangi den Seetang in den Armen bis zur langen Landzunge zu tragen.
Það fer að verða verra ferðaveðrið.	Es wird schlechteres Reisewetter.
Þvílíkur dansleikur í frystihúsi.	Welch ein Ball im Kühlhaus.

Málshættir	wörtliche Übersetzung	Entsprechung im Deutschen
Að hika er sama og tapa.	Zögern ist das Gleiche wie Verlieren.	
Af máli má manninn þekkja.	An der Sprache kann man den Menschen erkennen.	
Aldrei er góð vísa of oft kveðin.	Niemals wird eine gute Strophe zu oft gesprochen.	
Allar ár renna til sjávar.	Alle Flüsse fließen ins Meer.	
Augað er spegill sálarinnar.	Das Auge ist Spiegel der Seele.	
Betra er berfættum en bókarlausum að vera.	Besser ist es, barfuß als bücherlos zu sein.	
Betra er geymt en gleymt.	Besser wird behalten als vergessen.	
Dropinn holar harðan stein.	Der Tropfen höhlt einen harten Stein.	
Einhvers staðar verða vondir að vera.	Irgendwo müssen die Schlechten sein.	
Ekki er allt gull sem glóir.	Nicht ist alles Gold, was glänzt.	
Ekki er vert að þakka áður en maður smakkar.	Nicht lohnt es sich, zu danken, ehe man probiert.	
Heimskum er þögn best.	Den Dummen ist Schweigen am besten.	

Málshættir	wörtliche Übersetzung	Entsprechung im Deutschen
Hreinir reikningar gera góða vini.	Beglichene Rechnungen machen gute Freunde.	....
Hver hefur sína byrði að bera.	Ein jeder hat seine Last zu tragen.	....
Hver veit það sem aldrei segist.	Wer weiß das, was nie gesagt wird.	....
Illt er á einum fæti að standa.	Schlecht ist es, auf einem Fuß zu stehen.	....
Illum geymir, ef aldrei nýtur.	Schlecht wird aufbewahrt, wenn es nie gebraucht wird.	....
Maður er manns gaman.	Der Mensch ist des Menschen Freude.	....
Morgunstund gefur gull í mund.	Morgenstund gibt Gold in den Mund.	....
Sá brennur fyrst sem eldinum er næst.	Der brennt zuerst, der dem Feuer am nächsten.	....
Segðu það heldur steininum heldur en engum.	Erzähl es lieber dem Stein als niemandem.	....
Seint koma sælir en koma þó.	Spät kommen die Glücklichen und kommen doch.	....
Snemma beygist krókurinn til þess sem verða vill.	Früh biegt sich der Haken zu dem, was er werden will.	....

Eftirmáli og þakkarorð

Nachwort und Danksagung

In diesem phonetischen Übungsbuch wird auf ein Wörterverzeichnis verzichtet. Neugierigen sei das umfangreiche Online-Wörterbuch https://deis.dict.cc empfohlen, das auch als App für Android und iOS verfügbar ist. Dort gibt es auch die Möglichkeit, sich einzelne Wörter und Wortverbindungen anzuhören.

Die Übersicht über die phonetischen Zeichen wurde bewusst nicht als Tabelle dargestellt, wie sie aus linguistischen Werken bekannt ist, sondern ansprechend und alphabetisch aufbereitet, um auch Nutzerinnen und Nutzern, die mit Linguistik und Phonetik weniger vertraut sind, die Möglichkeit zu geben, schnell und effizient nachzuschlagen. Auf eine Aufteilung in Vokale und Konsonanten wurde daher auch verzichtet.

Die verwendeten Sprichwörter und Zungenbrecher sowie das längste Wort des Isländischen und das Pangramm entstammen dem isländischen Sprachschatz und sind hinlänglich bekannt.

An dieser Stelle möchte ich mich herzlich bei Þórarinn Eldjárn bedanken, der mir das Recht erteilt hat, die beiden Gedichte «Stafrófsvísa» und «Á íslensku má alltaf finna svar» in diesem Übungsbuch zu verwenden.
Besonderer Dank gilt zudem Ólafur Guðsteinn Kristjánsson für die sorgfältige Korrektur und Þorbjörn Björnsson für das Einlesen der Texte.

Zur Erstellung des Übungsbuches wurde auf folgende Quellen zurückgegriffen:

- Ari Páll Kristinsson (1988[3]): *The pronunciation of modern Icelandic*, Málvísindastofnun Háskóla Íslands, Reykjavík.
- Eiríkur Rögnvaldsson (2013): *Hljóðfræði og hljóðritun*, als PDF unter: https://notendur.hi.is/eirikur/hoi.pdf, abgerufen am 28.10.2022.
- www.mallyskur.is, abgerufen im Januar 2020.

Lausnir Lösungsschlüssel

Talandi um 1

1.1 Texti Text

Die Betonung liegt immer auf der ersten Silbe des Wortes.

Talandi um 2

2.2 Aðgreining Distinktion

ð	þ	s	f	
×				veður
			×	fara
		×		segja
			×	kaffi
	×			þakka
	×			þegja

ð	þ	s	f	
×				verða
	×			þér
		×		sér
			×	fer
	×			Þór
			×	fór

2.4 Raddað? Stimmhaft?

raddað	óraddað	
×		fara
	×	burt
	×	orka
×		form
×		verða
	×	þorp

raddað	óraddað	
	×	hvorki
	×	hvers
×		horfa
	×	kartöflur
×		brú
	×	verk

Vor **p**, **t**, **k**, **s** ist das **r** stimmlos.

Talandi um 3

3.2 Á ferð um Ísland Reise um Island

1 Þingvellir, 2 Skálholt, 3 Snæfellsnes, 4 Kirkjubæjarklaustur, 5 Þjóðminjasafnið, 6 Akureyri, 7 Seyðisfjörður, 8 Vestmannaeyjar, 9 Keflavík, 10 Vestfirðir

3.4 Raddað? Stimmhaft?

raddað	óraddað	
x		loft
x		vald
	x	allt
	x	hjálpa
x		álfur
	x	úlpa

raddað	óraddað	
	x	mjólk
x		helmingur
x		flott
	x	salt
	x	stúlka
	x	fólk

Vor **p**, **t**, **k** ist das l stimmlos.

Talandi um 4

4.1 Upp með puttana! Daumen hoch!

gluggi, kra**kk**i, krabbi, fré**tt**ir, liggja, ke**pp**ni, labba, sú**kk**ulaði, la**pp**ir

Die Präaspiration erfolgt vor den Lauten kk, pp, tt.

4.2 Aðgreining Distinktion

gg	kk	
x		skegg
	x	ekki
x		högg
x		egg
	x	takk

bb	pp	
	x	keppni
x		labb
	x	app
	x	löpp
	x	pappír

dd	tt	
	x	þáttur
	x	átta
x		redda
	x	gott
x		riddari

4.5 **Veggjakrot** Graffiti

Talandi um 5

5.3 **Beyging** Deklination

	eintala	fleirtala	eintala	fleirtala	eintala	fleirtala
nefnifall	barn	börn	gjöf	gjafir	köttur	kettir
þolfall	barn	börn	gjöf	gjafir	kött	ketti
þágufall	barni	börnum	gjöf	gjöfum	ketti	köttum
eignarfall	barns	barna	gjafar	gjafa	kattar	katta

5.4 **Spurningin** Die Frage

Ég segi allt ágætt.
Ég hef það sæmilegt.
Mér líður illa.

5.5 **Raddað?** Stimmhaft?

raddað	óraddað	
	x	seint
x		inni
x		kenna
	x	mynt
	x	seinkun

raddað	óraddað	
x		norður
	x	henta
x		búinn
x		lenda
	x	lenti

Vor **p**, **t**, **k** ist das **n** stimmlos.

Talandi um 6

6.1 **Aðgreining** Distinktion

ll	ll [dl/dl̥]	
x		millimetri
x		rúllugardína
x		gallabuxur
	x	kjóll

ll	ll [dl/dl̥]	
x		myllumerki
	x	sundhöll
	x	snjallsími
	x	verkfall

6.2 **Aðgreining** Distinktion

nn	nn [dn]/[dn̥]	
	x	steinn
x		kennsla
x		kanna
	x	ljósgrænn

nn	nn [dn]/[dn̥]	
	x	tónn
	x	æðardúnn
x		finna
	x	einnig

6.4 **Gælunöfn** Spitznamen

Malla, Ella, Solla, Jóa, Gunna, Gulla, Silla, Sigga, Stína, Ragga

6.5 **Texti** Text

Alli he**ll**ir upp á kaffi og drekkur ei**nn** bo**ll**a.
Solla su**ll**ar niður kaffinu en Nonni kannar málið.
Hann Gunni kann að dansa. Ballerínan dansar einu sinni enn við hann. En honum finnst betra að dansa alei**nn**.
Hvar er bíllyki**ll**inn? Hann er í bílnum.
Gallabuxurnar kostuðu milljón dollara.
Ekki tala með fu**ll**an munninn!

Talandi um 7

7.2 **Með punkti eða með gati?** Mit Punkt oder mit Loch?

e	i	í	
	x		liggja
		x	líka
		x	líð

e	i	í	
x			leggja
	x		lið
x			leka

7.3 **Kennimyndir** Stammformen

bíða	bíð	beið	biðum	beðið
biðja	bið	bað	báðum	beðið
bjóða	býð	bauð	buðum	boðið
liggja	ligg	lá	lágum	legið
sitja	sit	sat	sátum	setið

7.5 Sérhljóðalengd Vokallänge

langt	stutt	
	x	fólk
x		ís
x		metri
	x	stutt
x		sitja
x		vökvi
	x	tala

langt	stutt	
x		Esja
x		leti
	x	kunna
x		kveikja
x		jól
x		apríl
	x	íslenskur

lang	kurz	
x		in betonten Silben (wenn kein oder nur ein Konsonant folgt) (z.B. leti)
	x	in unbetonten Silben
x		vor kj, kr, kv, pj, pr, sj, sr, sv, tj, tr und tv
	x	wenn zwei oder mehr Konsonanten folgen (mit Ausnahme der oben genannten Konsonanten) (z.B. kunna, skamma)

Talandi um 8

8.1 Aðgreining Distinktion

eiginlega	jæja	dauður	fleiri
bæði	raunvera	vinsæll	auga
kaupa	leið	keyra	brauð
eyra	laus	læra	leita

8.2 Örnefni Ortsnamen

Reykjavík, Mosfellsbær, Kirkjubæjarklaustur, Egilsstaðir, Selfoss, Höfn í Hornafirði, Djúpivogur, Sauðárkrókur, Flatey, Stykkishólmur, Hella, Hveragerði, Húsavík, Seyðisfjörður

8.3 Vísindi? Wissenschaft?

Ég sit við gluggann og skrifa bréf.
Hann er viss um það.

Listakonan fer til Berlínar í lest og heimsækir listahátíð.
Hún býður mér líka á hátíðina.
Ertu í liðinu?

8.4 Spurningin Die Frage

Já, ég vil horfa á kvikmyndina.
Nei, ég á ekki að lesa þessa bók.
Já, ég kaupi agúrkur.
Jú, ég hef heyrt um Erró.

Talandi um 9

9.2 Slangur Slang

leyndó, Versló, tengdó, Patró, skrípó, vandró, menntó

9.3 Texti Text

K**ú**rekinn er f**ú**ll af því að g**ú**mmístígvélin hans eru skítug. H**ú**sið hans stendur undir fjöllunum. Hann er með hestab**ú**. N**ú**na er hann að fella p**ú**sl inn í p**ú**sluspil. Og seinna kemur sonur hans til að spila l**ú**dó.

9.4 Þátíð Präteritum

ð	d	t	1. Pers. Sg.	Infinitiv
x			talaði	tala
		x	keypti	kaupa
x			sagði	segja
x			hafði	hafa
x			lifði	lifa
	x		gleymdi	gleyma

ð	d	t	1. Pers. Sg.	Infinitiv
		x	nennti	nenna
x			lærði	læra
		x	kyssti	kyssa
x			keyrði	keyra
		x	synti	synda
x			horfði	horfa

9.6 Á ferð um Ísland Reise um Island

1 Dettifoss, 2 Eyjafjallajökull, 3 Mývatn, 4 Vatnajökull, 5 Gullfoss, 6 Landmannalaugar, 7 Hveravellir, 8 Geysir

Talandi um 10

10.1 Aðgreining Distinktion

l**eng**i	f**é**	h**é**r
r**é**tt	s**é**ra	**Eng**land
verð	l**eng**ur	metri
gera	samh**engi**	vel

10.2 Raddað? Stimmhaft?

raddað	óraddað		raddað	óraddað	
x		horfa	x		hefur
	x	þarf		x	sófi
	x	fullur	x		lifa
x		stofa		x	fara
x		karfi	x		horfði
	x	áfram	x		þurfa

Zwischen Vokalen, am Wortende und zwischen stimmhaften Lauten ist das **f** stimmhaft.
Im Anlaut und in Fremdwörtern ist das **f** stimmlos.

10.5 Samsett orð Komposita

bíl|lykill starfs|maður Reykja|víkur|borg hjúkrunar|fræðingur flug|vallar|bygging rannsóknar|lög|reglu|maður forsætis|ráð|herratölvu|póst|fang fjölskyldu|hátíð þjóð|hátíðar|dagur flug|elda|sýning

10.6 Lengsta orð íslenskunnar Längstes Wort des Isländischen

Vaðla|heiðar|vega|vinnu|verk|færa|geymslu|skúrs|lykla|kippu|hringurinn

Talandi um 11

11.2 **Aðgreining** Distinktion

	sveit	x	sveinn
x	eitt		einn
x	neitt		neinn
	beit	x	beinn
	fótinn	x	fónninn
	fíkn	x	fínn
x	hrein		hreinn
	þjóð	x	þjónn

11.3 **Aðgreining** Distinktion

x	karl		kall
x	barna		batna
x	varla		valla
	perla	x	penna
	jarl	x	jafn
	gjarnan	x	gjalda
x	þarna		þakka
	björn	x	björg
x	salerni		balletti (þgf.)
x	stjarna		stjaka

11.4 Keflavík

Am Wortende und zwischen Vokalen wird **fl** wie pl ausgesprochen.
Steht **fl** am Wortanfang oder zwischen zwei Wortteilen (am Silbengelenk) ändert sich die Aussprache nicht.

11.5 Höfn í Hornafirði

Am Wortende und zwischen Vokalen wird **fn** wie pn ausgesprochen. Steht **fn** im Anlaut oder zwischen zwei Wortteilen (am Silbengelenk) ändert sich die Aussprache nicht.

11.6 Mannanafnanefnd Ausschuss für Personennamen

Die Buchstabenfolgen **fnd** und **fnt** werden gesprochen wie md.

Talandi um 12

12.7 Örnefni Ortsnamen

Kópavogur, Hafnarfjörður, Ísafjörður, Akureyri, Reykjanes, Keflavík, Bolungarvík, Patreksfjörður, Ólafsvík, Grindavík, Flúðir, Blönduós, Eskifjörður, Fáskrúðsfjörður

Talandi um 13

13.2 Hjónin hjóla um jólin Das Ehepaar radelt an Weihnachten

Steht **h** im Anlaut, wird der Laut stimmlos realisiert.

13.3 Spurnarorð Fragewörter

entsetzt, erstaunt, erfreut, ängstlich, verzweifelt, entsetzt, verzweifelt, erfreut, erstaunt, ängstlich

13.5 Gælunöfn Spitznamen

Gummi, Siggi, Palli, Nonni, Jói, Villi, Alli, Gunni, Valli, Hemmi

Talandi um 14

14.1 Daglegt talmál Alltagssprache

Hann er a**ð** koma.
Hva**ð** heitir**ð**u?
Eina me**ð** öllu!
Kemur**ð**u á morgun?
Gaman a**ð** sjá þig!
Getur**ð**u sagt mér hva**ð** klukkan er?
Getur**ð**u skrifa**ð** þetta ni**ð**ur?
Þa**ð** er rétt hjá þér!
Talar**ð**u þýsku?

14.2 Daglegt talmál Alltagssprache

1 Blessuð, Sigga!; 2 Komið þið sæl og blessuð!; 3 Hvað segir þú?; 4 Allt þetta fína.; 5 Vantar þig aðstoð?; 6 Já, sé þig á morgun.; 7 Má bjóða þér meira kaffi?; 8 Passaðu þig!; 9 Verði þér að góðu!

Das **þ** wird in der gesprochenen Sprache häufig als **ð**, also stimmhaft, ausgesprochen.

14.3 Daglegt talmál Alltagssprache

Sérð'ann?
Bið að heils'enni!
Hlustaðu á 'ann!
Var 'enni ekki boðið?
Ert' a' tala um 'ana?
Ég kann ekki við 'ann!
Bíllinn 'ennar er bilaður, en bíllinn 'ans virkar.

14.4 Daglegt talmál Alltagssprache

Láttu‿okkur vita.
Ég ætla‿að hitta‿ykkur seinna.
Heyrðu, förum niðri‿í bæ!
Kanntu‿að prjóna?
Kemurðu‿á morgun?
Þau ætla‿að fara‿í sund á morgun.
Við erum að koma‿út!
Talandi‿um framburðinn, hefur þú heyrt um nýju bókina?
Hann er fjörutíu‿og fimm ára gamall.

Am Ende eines Wortes fallen die unbetonten Vokale **a**, **i** und **u** weg, wenn das folgende Wort mit einem Vokal beginnt.

14.6 Áhersla Betonung

Í dag kemur fyrsti jólasveinninn til byggða.
Í dag kemur fyrsti jólasveinninn til byggða.
Í dag kemur fyrsti jólasveinninn til byggða.
Í dag kemur fyrsti jólasveinninn til byggða.

14.7 Spurningar Fragen

Já, hann fer til Íslands í sumar.
Já, barnið vill borða ís.
Já, hún er frá Þýskalandi.

14.8 Vísa Gedicht

Talandi um 15

15.1 Dýrahljóð Tierlaute

í ha ha, meee meee, bra bra, í hi hi, mö mö, rýt rýt, mjá mjá, voff voff, bí bí, gaggalagú, gagg gagg, kvak kvak

15.2 Harðmæli Harte Aussprache der Plosive

Im Harðmæli werden die Laute **p, t, k** postaspiriert (z.B. $gat^{h}a$). Das gilt jedoch nicht nach stimmlosen Lauten (z.B. orka).

15.3 Raddaður framburður Stimmhafte Aussprache

Sprecherinnen und Sprecher mit stimmhafter Aussprache realisieren **l, m, n, ð** vor **p, t, k** stimmhaft statt wie sonst stimmlos.

15.4 ngl-framburður ngl-Aussprache

Hier wird der velare Nasal **ng** mit Plosiv realisiert, also z.B. krinkla mit deutlichem Plosiv **k** statt kringla.

15.5 hv-framburður hv-Aussprache

Im Anlaut wird **hv** nicht wie sonst üblich als **kw** ausgesprochen, sondern als Frikativ [xv] oder [x].

15.6 rn-, rl-framburður rn-, rl-Aussprache

rn und **rl** werden hier ohne Dentaleinschub ausgesprochen.

15.7 Vestfirskur einhljóðaframburður Monophtongierung der Westfjorde

In den Westfjorden wird vor **ng** der Vokal nicht diphthongiert.

15.8 Skaftfellskur einhljóðaframburður Monophthongierung in Skaftafell

Vor **gi** werden lange Monophthonge realisiert, statt des kurzen Diphthongs, der sonst in der Aussprache üblich ist.

15.9 Önghljóð/lokhljóð á undan [s] Reibelaut/Plosiv vor [s]

Ältere Sprecherinnen und Sprecher sagen *buchsur* oder *vachsa* statt wie heute üblich buksur oder vaksa. Das **x** wird demnach in diesen Fällen als **chs** statt **ks** ausgesprochen.

Talandi um 16

16.1 Tónfall Satzmelodie

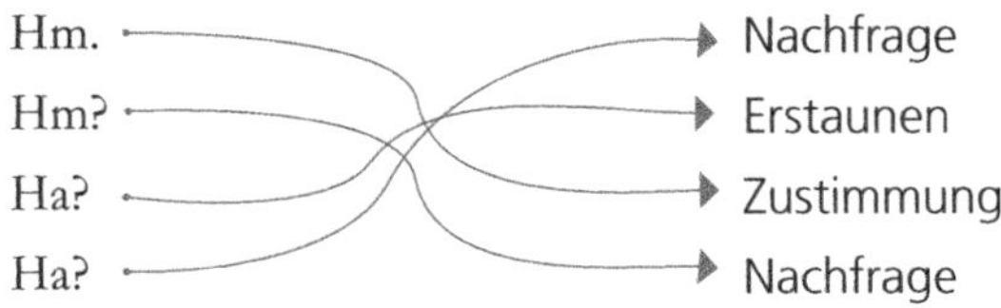

16.4 Upplestur Diktat

Í dag er föstudagur. Á morgun er laugardagur. Á laugardaginn ætla ég að fara í bæinn og kaupa mér góða bók sem ég ætla að lesa og setja svo í bókahilluna mína. Helst les ég bækur um kartöflurækt á Íslandi. En mér finnst líka gaman að lesa bækur um fornislensku. Hver er uppáhaldsbókin þín?

Palli og Nonni eru vinir mínir á Íslandi. Hjá þeim fæ ég stundum íslenskar bækur að láni.

Vá! Þetta var síðasta æfingin. Hún er búin núna! Nú kann ég að tala góða og rétta íslensku. Alveg eins og alvöru Íslendingur. Og mér finnst alltaf svo gaman að læra íslensku. Ég er snillingur!